1 Lion

Simba
(Lion)

mmoja
(one)

2 Zebras

Pundamilia
(Zebras)

wawili
(two)

3 Camels

Ngamia
(Camels)

watatu
(three)

4 Elephants

Ndovu
(Elephants)

wanne
(four)

5 Cousins

Binamu
(Cousins)

watano
(five)

6 Gifts

Zawadi

(Gifts)

sita

(six)

7 Drums

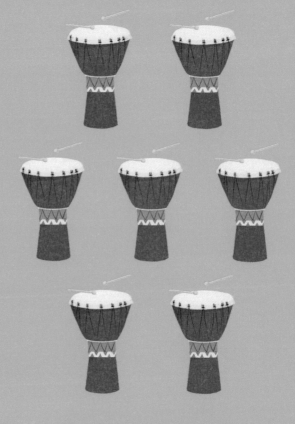

Ngoma
(Drums)

saba
(seven)

8 Books

Vitabu
(Books)

vinane
(eight)

9 Coconuts

Nazi
(Coconuts)

tisa
(nine)

10 Mangoes

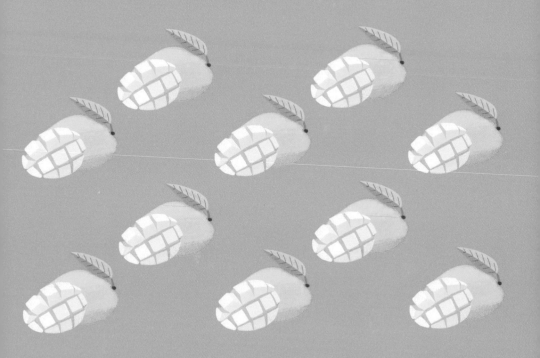

Maembe
(Mangoes)

kumi
(ten)

11 Pineapples

Nanasi

(Pineapples)

kumi na moja

(eleven)

12 Bananas

Ndizi
(Bananas)

kumi na mbili
(twelve)

	1	One	Moja
	2	Two	Mbili
	3	Three	Tatu
	4	Four	Nne
	5	Five	Tano
	6	Six	Sita

	7	Seven	Saba
	8	Eight	Nane
	9	Nine	Tisa
	10	Ten	Kumi
	11	Eleven	Kumi Na Moja
	12	Twelve	Kumi Na Mbili